THERE ARE ANGELS WALKING THE FIELDS

Hacla (Trans. Muslim)

All rights reserved; no part of this book may be reproduced by any means without the publisher's permission.

ISBN: 978-1-913642-88-4

The author has asserted their right to be identified as the author of this Work in accordance with the Copyright, Designs and Patents Act 1988

Book designed by Aaron Kent

Edited by Aaron Kent

Broken Sleep Books (2021), Talgarreg, Wales

Contents

There Are Angels Walking the Fields

Marlon Hacla

Translated from Filipino by Kristine Ong Muslim
With an introduction by Tilde Acuña

Introduction

Shall I start with "Fear not!" because I am just a drawing, maybe sentient, yet I "speak" in a tongue you seem to understand, which isn't necessarily the one that I am most comfortable with? Well, fear not. Wouldn't pepper this talk with dead languages to sound otherworldly, as I am supposed to introduce this book that "reprints" the original on the one hand and the translation on the other — texts conversing with one another: An internal but international monologue, if you know English; perhaps a dialogue if you know — or you are in the process of knowing — Filipino.

A glimpse of the chit-chat: In "Diorama #59" for instance, "walking" in Kristine Ong Muslim is "dumadaan" in Marlon Hacla. In the translation, the celestial beings don't look like me. How can I walk? Tips of my wings may take steps, but I'd rather hover — something more imaginable in the Filipino poem, but still feasible in the translation. Well, I'm not them. Not all angels have eyes, legs, wings, number of eyes, legs, wings. Appearances reflect hierarchies and choices, foundational scaffoldings and customizations. And, there's constant change.

Divine & Conquer &
Enochian Inter-
-ventions
tilde acuña
MAY 2021

Some with language. There are possible combinations of parts, to a desired effect. Natives eavesdrop and learn Latin phrases to tap into the power source of the church blessed by colonialism. Amulets and talismans, like the one left in "Some Forsaken things," are charmed with prayers murmured in "pig Latin." Different Englishes spring all over the world to access networks and to unsettle-resettle entangled experiences. Cases of utilizing the master's tools, but the dismantling remains to be seen.

Master's tools shouldn't just be used—but seized. Words however, prove unwieldy at times. Hence the necessity of mediation to contact the divine. Heavens—and hells, or y/our idea of such places—have gates to be kept. Bureaucracies. Hence, the collection's opening: an invocation, followed by an offering to an unnamed "you." You have to know someone from the inside, and bribe. Speak Enochian, and you get the best deal. English and Filipino can also do miracle bargains of sorts.

Languages shift focus. Modes of signification conceal and reveal. Here I am, and there too, speaking through you. We speak as you ventriloquize my words into your internal voice that you attribute to me. In the poems, the oral and the visual are romanized, stringed into letters words phrases, arranged in enjambments, layered in anamorphoses. Who is saying which to whom, relative to differing perspectives? Does the "Autobiography as a Cricket" humanize an insect or abbreviate human life?

Are god and his angels —and their unholy counterparts —gargantuan or lilliputian? If not macro- or microscopic, perhaps human-sized? Can they dance on the surface of a pin or the point of the needle? Why would they? Why would we? A needless point, they say. "The Box" contains nothing, it is literally as weightless as dioramas and portraits projected in our thoughts, yet we strive to find out what it's all about, what's in it for us. Go figure.

Reversals are all over the fields. Starting with common names of objects such as your name invoked and acknowledged. In between are extra-terrestrial angels with their feet on the earth in a diorama, portraits larger than lives, moving still lives, re-textualized paintings, reverse ekphrases re-visualized in your mind as you traverse words and worlds. Ending with an ongoing conversation.

Let us revisit Marlon Hacla's first book—his latest offering, eavesdrop as it is made accessible enough by Kristine Ong Muslim, so we can tap into exchanges that we could have missed. Memories that we may not have experienced. Visions we could have seen but we may have forgotten. Missions we could have completed or abandoned. Celestial voices that could have been infernal and/or mortal—all of which are our voices inside your head. We're perpetually weeping angels. Let us half-blink and pray.

Tilde Acuña
May 2021
Quezon City, Philippines

Translator's Note

The Filipino version of *There Are Angels Walking the Fields* is Marlon Hacla's first book. It was published in 2010 as part of a rigorously curated book series called the Ubod New Authors Series by the National Commission for Culture and the Arts in the Philippines. It is, as far as I know, his only book that received a nod from the Philippine literary establishment, which is generally beholden to the sway of canon and tradition, of poetry as a lyrical conception. Hacla's aesthetic and stylistic directions have changed radically since then, what with a brilliant second book that is a collection of vignettes, microfictions, and hybrid poetic texts that have meandered into the realms of the uncanny and flirted with bouts of irrealism.

There Are Angels Walking the Fields presents mostly as a deep dive into ekphrasis and its dramatic machinations to 'manifest' real or imagined artworks through various poetic devices. Marjorie Munsterberg, in her book *Writing About Art* (2009), talks of this Greek-created literary form's remarkable ability to enable the reader to experience even a piece of art that does not exist. And so, here in this collection, Hacla's poems enjoin your participation in some new—or old being recast under a new light—ways of seeing: a term I am likely misusing here and with apologies to John Berger who showed us the capitalistic logic encoded in nudes and hyperrealistic art.

There Are Angels Walking the Fields opens with the powerful "Invocation" that is built on anaphora, another Greek design, and closes with a lingering glimpse into an erotically charged and private moment. In a conversation with the poet and Spanish-to-English translator Robin Myers, who maintains a column in *Palette Poetry* where "Invocation" first appeared, I said this: "I can say that I have been faithful to the source text. It is difficult not to, when the source material opens itself up all too concisely. There is very little of what I nickname as *backscatter*—the nuanced bits and pieces of meaning that are cut by the translator to retain the structure and follow the conventions of form, which in this case is a lineated poem, a lyric. In fact, many of Hacla's poems in his first book *There Are Angels Walking the Fields* lend themselves to straightforward translation into English, with an almost word-for-word correlation down to the reproduction of syntax in English. I suppose I should ask Marlon Hacla if he thinks in English when he writes and then simply 'translates' his thoughts into Filipino."

In the same conversation, I also explained my improvisations in "Invocation."

> "Sa ngalan ng iyong pangalan/ Sa gabi." more accurately translates to "In the name of your name/ At night."

> My translation, however, is this: "In the name of your nocturnal name."

I just wasn't comfortable with the proper and accurate translation. I thought it would stick out like an eye sore in the poem's arrangement. It sounded to me like the seedy drunken drawl of a wasted man doing the karaoke of "Sunglasses at Night" and next to him was an equally wasted woman he was cheating on his wife with. I figured that by compressing the line to a more forceful end-stopped configuration and eliminating the enjambment—that inelegant, sometimes seemingly arbitrarily placed, uninspired tooling around for loose interpretations—I could then introduce "nocturnal," simultaneously conjuring mysticism as well as the smartness of biological design.

> An accurate translation of these lines:

> …Sa ngalan ng mga kamay
> Na hindi nahipo. Sa ngalan ng mga mukhang itinatago
> Sa itim na tela.

> is this:

> …In the name of hands
> Not touched. In the name of faces hidden
> By a black cloth.

> My translation is this:

> …In the name of hands
> Never held. In the name of faces hidden
> By a black veil.

The Filipino equivalent of "never" is "kailanman." The original-language version has no "kailanman." But, the poem is supposed to be invocation, and it can't effectively invoke if it is not even sure of what to invoke or if it keeps hesitating when making value judgments. The intrusion of "never," for me, is not uncalled for. "Never" is poised with heavy-handed finality and communicates certainty. It makes for a more effective invocation. In the context of hands, "held" is more intimate than "touched." And, it *has* to be a "veil," not a piece of "cloth" or "fabric."

One of the recurring themes in this collection is the ekphrastic treatment of sexual violence and its familiar poses. "Portrait #1," for instance, describes a painfully vivid nonconsensual encounter: "She is not wearing/ A chemise, and between the pointer and thumb/ Of her right hand, her left nipple is clinched./ A mouth engulfs the right nipple./ Tears streak across her cheeks." The same can be said for "Portrait #3" and "Diorama #26." Meanwhile, and perhaps consistent with the classical origins of ekphrasis, another ancient figurative device is used, sometimes to a cloying effect, and used with regularity throughout the book. Personifications abound. Pressed rose petals can't simply be pressed rose petals, they have to be "looking for forgetfulness/ In the pages of a book" [in "Because Sometimes"]. A bulb can't simply be a bulb, it has to be "pregnant with light [in "Diorama #52"]. Sorrow and toys, too, all seemingly involved in actualizing their description by Virgil in the *Aeneid*. "Sunt Lacrymae Rerum" speaks of how "Sorrow is storing/ Tears in a shelf. The toys want to bawl their eyes out."

Hacla's ekphrastic appeals and exhortations can double as whetting stones for our salacious and voyeuristic tendencies. Many times, as you will read on, you will find a line or two that will make you feel like an eavesdropper at home in a world peopled by exhibitionists. From "Diorama #50, for example, you will hear of how "Noon, and a woman skips to the beat/ Of the after-rain. A puddle reveals/ what her skirt hides."

The collection's title is derived from the last line of "Diorama #54," a poem that depicts a World War II scene during which the Japanese imperial army invaded northern regions of the Philippines. I suppose one reads the poem much in the same way one views a diorama and its precisely scaled-down version of historical trauma. It is being viewed from a safe distance and through a panoramic perspective afforded by time's passing—all these (and more) I took as cues for my translation choices.

As you will see later, "Diorama #54" is a narration in the past tense that jarringly shifts to present tense in the last line, "There are angels walking the stilled fields." In translating Filipino poetry, verb tenses, unless contextual clues clearly state otherwise, can be negotiated in their fluidity as they are translated into English. For example, I can use the simple present tense interchangeably with the present progressive tense, the latter approach I pick when I want to prolong the line and the moment that the line is attempting to crystalize in the reader's mind. Besides, in translating poetry, the translation must also work as a poem. Therefore: everything in the poem happened in the past but the last line is elastic in that it can be made to cross that time-appointed bridge and be with us in the present as a bearer of historical trauma. The angels are not just hovering or passing through—a literal interpretation of the source text. My translation transforms them into entities that are of this world, earthbound and are "walking" the stigmatized terrain that holds up the universal landscape of war as we know it.

Kristine Ong Muslim
May 2021
Upi, Maguindanao, Philippines

Invocation

In the name of the rock. In the name of the lily blossom.
In the name of white paint smeared across a tomb.
In the name of the skull. In the name of marble statues
Of dwarves in the garden. In the name of the pocketknife
Thrust into a pipit's heart. In the name of burned
Letters from a concubine. In the name of letters
Making up your name. In the name of your nocturnal name.
In the name of the moon. In the name of the sun.
In the name of the eclipse. In the name of the eyes
Of a blind child. In the name of pigs
Killed for the fiesta. In the name of chicks
Dyed for the fiesta. In the name of children
Who had nothing to eat. In the name of children who had no one to play with
But themselves. In the name of wives
Abandoned by their husbands. In the name of gay fathers.
In the name of forgotten poems. In the name of people
Who did not have their pictures taken. In the name of lips
Never kissed. In the name of hands
Never held. In the name of faces hidden
By a black veil. In the name of ears
That had not known the sound of a violin. In the name of a flower
That bloomed in the morning and wilted by nightfall.
In your name, you who would someday die and fade away.

Imbokasyon

Sa ngalan ng bato. Sa ngalan ng liryo.
Sa ngalan ng puting pinturang ipinahid sa puntod.
Sa ngalan ng bungo. Sa ngalan ng marmol na estatuwa
Ng mga duwende sa hardin. Sa ngalan ng lansetang
Itinarak sa puso ng pipit. Sa ngalan ng mga sinunog
Na liham ng kalaguyo. Sa ngalan ng mga titik
Ng iyong pangalan. Sa ngalan ng iyong pangalan
Sa gabi. Sa ngalan ng buwan. Sa ngalan ng araw.
Sa ngalan ng eklipse. Sa ngalan ng mga mata
Ng bulag na paslit. Sa ngalan ng mga baboy
Na pinatay para sa pista. Sa ngalan ng mga sisiw
Na kinulayan para sa pista. Sa ngalan ng mga batang
Walang makain. Sa ngalan ng mga batang walang ibang makalaro
Kundi ang kanilang mga sarili. Sa ngalan ng mga inang
Iniwan ng kanilang asawa. Sa ngalan ng mga baklang ama.
Sa ngalan ng mga nalimot na tula. Sa ngalan ng mga taong
Hindi nakunan ng larawan. Sa ngalan ng mga labing
Hindi nahalikan. Sa ngalan ng mga kamay
Na hindi nahipo. Sa ngalan ng mga mukhang itinatago
Sa itim na tela. Sa ngalan ng mga taingang
Hindi nakarinig ng tunog ng biyolin. Sa ngalan ng bulaklak
Na bumuka sa umaga at nalanta sa takipsilim.
Sa ngalan mo na isang araw, papanaw at lilipas din.

Offering

Let me offer a bead
Of rosary for you. A teardrop
For each page of your secret.
I carry your memories
Like I would a casket over my shoulder.
I hide a map showing the route to the cemetery.
Charcoal, kerosene, coconut husk, ground
Incense to ward off your visitation.
I don't know whether you are touching me while I sleep.
I lay musk mallow in the living room
Every afternoon so I won't forget you.
Before dark, birds confess.
I rifle through your pictures as if they were
Calendar pages of passing days.
Your memories make incisions. A glass chipped
By my thirsty lips. Dragonfly strung with a red ribbon.
I wake up a different person every morning.
Every night, I dream of kissing
Lips that are not yours.

Alay

Hayaang ialay ko ang isang butil
Ng rosaryo sa iyo. Isang patak ng luha
Para sa bawat pahina ng iyong sikreto.
Binibitbit ko ang mga alaala mo
Na parang ataul sa balikat.
Itinatago ang mapa patungong sementeryo.
Uling, gaas, bao ng niyog, dinurog
Na insenso upang pigilan ang iyong pagdalaw.
Hindi ko alam kung hinihipo mo ako sa pagtulog.
Naglalagay ako ng kastuli sa sala
Tuwing hapon upang hindi kita malimot.
Bago magdilim, nangungumpisal ang mga ibon.
Binabalikan ko ang iyong mga larawan na parang
Mga lumipas na araw sa kalendaryo.
Sumusugat ang mga alaala mo. Napingasang baso
Sa uhaw kong bibig. Tutubing tinalian ng pulang laso.
Sa umaga nagigising akong iba nang tao.
Sa gabi, nananaginip akong hinahagkan
Ang mga labing hindi sa iyo.

Portrait #1

Her eyes have the peculiar glint
That recalls a beacon held by someone lost.
Underneath the left eyebrow, blue
Contrasts with the red of lacerated flesh that stretches
To the ear. She might be smiling, but there is no way to know that
Since her mouth is covered by a hand
That is not hers. Her hair is indistinguishable from the night.
Ink stains her cheek. She is not wearing
A chemise, and between the pointer and thumb
Of her right hand, her left nipple is clinched.
A mouth engulfs the right nipple.
Tears streak across her cheeks.
Her tears mingle with her hair and the night.

Portrait #1

May ningning ang kaniyang mga mata
Na tila sulo na hawak ng isang naliligaw.
Sa ilalim ng kaliwang kilay, bughaw na kulay
Na nilalabanan ng pula ang sugat na umabot
Sa kaniyang tainga. Hindi matanto kung siya'y nakangiti
Dahil nakatakip sa bibig niya ang kamay
Na hindi sa kaniya. Humahalo ang buhok niya sa gabi.
May dungis ng tinta sa pisngi. Wala siyang suot
Na kamison at sa pagitan ng hintuturo at hinlalaki
Ng kanan niyang kamay, nakaipit ang kaliwa niyang utong.
Ang kanang utong ay sinakluban ng isang bibig.
Bumitaw ang mga luha sa kaniyang mga mata.
Ang mga luha ay humahalo sa buhok at sa gabi.

Portrait #2

Her wizened skin takes on the shade
Of dried palm fronds.

The eyes, a mosaic of all the things
She believes in: a room devoid

Of what the world has deprived her.
Everything is planned for her by God,

She whispers. Like black pepper seeds
Rosary beads emerge from her hand. Every day is confession day

And if no more sins are forthcoming,
She brings out past ones that are buried

In long nights she cannot forget.
With the kind of blouse she wears, she resembles a white casket

When viewed from behind. To carry the weight of her children's
memory
And to stay alive long enough to see them die.

Within the pages of the Bible she holds
Is her youngest child's umbilical cord.

At her age, there is nothing else she desires
Except to also know the desires of God.

To walk on her knees while imagining
Herself inching close to glory.

In heaven, she will first touch the healed wounds of God
While singing praises.

Portrait #2

Ang matanda niyang balat ay kakulay
Ng isang natuyong palaspas.

Ang mga mata ay mosaiko ng mga bagay
Na kaniyang pinaniwalaan: ang silid na hubad

Sa lahat ng ipinagkait sa kaniya ng mundo.
Ang lahat ay inihahanda para sa kaniya ng Diyos,

Bulong niya. Tila mga pamintang iniluluwa ng kaniyang kamay
Ang hawak niyang rosaryo. Araw-araw ang pag-amin

At kung wala nang masabing kasalanan,
Uungkatin ang mga pagkakamaling tinabunan

Ng mga magdamag na hindi bumitaw sa kaniyang ulirat.
Sa suot niyang blusa, tila puting burol

Ang kaniyang likuran. Ang dalhin ang alaala ng kaniyang mga anak
At ang manatiling buhay hanggang maabutan ang kanilang
kamatayan.

Sa kipkip niyang Bibliya, nakaipit
Ang pusod ng kaniyang bunso.

Sa gulang na ito, wala na siyang ibang nais
Kundi ang matanto rin ang nais ng Maykapal.

Ang maglakad nang paluhod at isiping
Lumalapit siya nang kaunti sa luwalhati.

Sa langit, una niyang hihipuin ang naghilom na sugat ng Panginoon
Habang umaawit ng papuri.

Portrait #3

A bracelet strung from beetles.
Behind her, the dukakak are taking off
Eastward, as this is migration season.
Westbound is where the wind displaces her joy
And her hem sizzles from momentary contact with a flame.
Her necklace that is made from strung clam shells.
The grains of sand on her shoulders.
The seawater that has evaporated on her lips.
Right now, it is the mangrove forest that hides her
From those who want to tame her wildness.
Right now, clenched in a man's trembling fist
Is the picture of her naked body floating in the sea.
The wounds across her chest look like woven rattan.
Her soles are unceasingly brushed by waves.

Portrait #3

Ang pulseras na gawa sa mga tinuhog na salaginto.
Sa kaniyang likuran, lumilisan ang mga dukakak
Pasilangan dahil ito ang panahon ng migrasyon.
Hinahangin ang kaniyang saya pakanluran
At ang laylayan ay nagnisnis sa sandaling pagdila ng apoy.
Ang kuwintas niyang gawa mula sa mga tinuhog na kabibe.
Ang mga butil ng buhangin sa kaniyang balikat.
Ang tubig-dagat na natuyo sa kaniyang mga labi.
Sa mga oras na ito, ang mga bakawan ang magtatago sa kaniya
Mula sa mga nais umalipin sa kaniyang alindog.
Sa mga oras na ito, nakakuyom sa kamao ng isang lalaki
Ang larawan ng katawan niyang hubad na lumulutang sa laot.
Tila hinabing ratan ang mga sugat sa kaniyang dibdib.
Ang talampakan niya'y walang tigil na sinisiil ng mga alon.

Autobiography as a Cricket

My first lesson was on hissing out sounds
Against loneliness.

These hours hold no room for sulking,
My ancestors said.

When, at last, I perfected the art
Of whistling in the dark,

I began to notice the growing depths
Of the night. We have chipped away

At the silences of the fields. Have flicked
Again and again at the ticking of invisible clocks.

Try to find me, and you will fail.
What I have been saying is what

Others have been saying. To the bosom of the earth we are scattered
And the heart of the world dwells in all places.

The truth is, my first lesson was about sorrow.
Then hissing, singing,

Singing while making love, singing
When in danger.

Seeing that the night continues to
Grow deep,

I have learned to repeat
The world's pleas.

Talambuhay Bilang Isang Kuliglig

Unang itinuro sa akin ang pagsitsit
Sa lungkot.

Walang puwang sa mga ganitong oras ang pagmumukmok,
Sabi ng mga ninuno.

Kalaunan, noong naperpekto ko ang sining
Ng pagsipol sa dilim,

Napansin kong lalong lumalalim
Ang magdamag. Binitak-bitak namin

Ang katahimikan sa larang. Pinitik-pitik
Ang mga di nakikitang orasan.

Kung hahanapin mo ako, mabibigo ka.
Ang sinasabi ko ay kagaya lamang

Ng sinasabi nila. Ikinalat kami sa dibdib ng mundo
At ang puso ng mundo ay nasa lahat ng lugar.

Ang totoo, unang itinuro sa akin ang lungkot.
Sumunod ang pagsitsit, ang pag-awit,

Ang pakikipagtalik habang umaawit, ang pag-awit
Habang nanganganib.

Noong napansin kong patuloy
Na lumalalim ang mga gabi,

Natutuhan kong ulit-ulitin
Ang hinaing ng daigdig.

Diorama #1

You turn up, and your voice squanders
Whatever good sense that is left in my sanity,
And now that I have awaken to the dead
Lights, my lips are nibbled
By the last rays of sunlight hitting
Your shoulder, shattered
By crickets is a violin
Not far from the shore,
And the waves, they arrive
With the ferocity of dark water,
Receding while uttering your name.

Diorama #1

Dumating ka at ninakaw ng tinig mo
Ang katwiran sa aking ulirat,
At ngayo'y nagigising akong patay
Ang mga ilaw, kinakagat ang labi ko
Ng huling tilamsik ng araw
Sa iyong balikat, binabasag
Ng mga kuliglig ang isang biyolin
Hindi malayo sa dalampasigan,
At ang mga alon, dumarating
Nang may dahas ng dilim ng tubig,
Umaalis habang inuusal ang iyong pangalan.

The Starry Night, Vincent Van Gogh

Suppressed moans can still be heard
Next door.
Someone watches, whimpers
Through a window not too far from here.
My love, blue is what mantles
The night stretched over all rooftops.
Demons convene
On the leaves of black undergrowth.
They are preparing to invade
Us in our sleep.
It is possible they've managed to entomb
Our sanity.
Rest your head
Against my shoulder, my love.
Let us watch the rolling
Of the skies.

De sterrennacht, Vincent van Gogh

Pumupuslit ang mga ungol
Sa kabilang bahay.
May dumudungaw, tumatangis
Sa isang bintana, di kalayuan.
Mahal, bughaw ang kumot
Ng gabi sa lahat ng bubungan.
Nagtipon ang mga demonyo
Sa mga dahon ng itim na halaman.
Naghahanda sa pagsakop
Sa ating pag-idlip.
Marahil sa burol nila itinatago
Ang ating katinuan.
Ihilig ang iyong ulo
Sa balikat ko, mahal.
Panoorin natin ang paggulong
Ng kalawakan.

Spoliarium, Juan Luna

As a fist smashed against my eye,
My love, I glimpsed you by the wayside.
The light's cheerless shade
Entered the pupils of your eyes.

Have you read that moment when I asked
You to forgive me for closing my eyes?

My love, I hear the beating of the drum
To signal my death, the convulsing mass
Of worms in the absence of light.

My love, the rope that is used for dragging men
Is also the noose for stringing up martyrs.
My hands are pulled to keep me
From rising.

If there is a change in the color of the blaze
In your heart, my love,

Know that one of my hands constantly leaves behind
A mark and a trail of blood drops across the floor.

Spoliarium, Juan Luna

Pagbulusok ng kamao sa aking mata,
Mahal, nasilip kita sa gilid.
Sumanib ang panglaw ng liwanag
Sa iyong balintataw.

Nabasa mo ba ang paghingi
Ko ng tawad sa aking pagpikit?

Mahal, naririnig ko ang tambol
Ng kamatayan, ang pagpintig
Ng mga uod sa dilim.

Mahal, ang lubid na ipinanghahatak
Ang ipinambigti sa mga martir.
Ang hinihilang kamay ko'y babala
Sa pagiging suwail.

Kung magbago ang kulay ng silab
Sa puso mo, mahal,

Nag-iiwan ang isa kong kamay
Ng bakas at dugo sa sahig.

The Persistence of Memory, Salvador Dali

This is where time cycles back
Searching for the faces
Of long-gone things:
The hour seeking out a corner for which to turn,
The hour speaking the language of your birthmark.
Should a shipwreck bring you here, my love,
This is where you will once again find
The hour that looks for my long lost face.
For a moment, you sit down.
I hold the hour of betrayal and loneliness.
We are out there in the water, my love,
Grappling with the heft and depth of the sea.
Hoping that the waves can bring
Us to forget all things.

La Persistencia de la Memoria, Salvador Dali

Dito bumabalik ang oras
Upang hanapin ang mga mukha
Ng mga bagay na lumipas:
Ang oras na naghahanap ng sulok,
Ang oras na nakauunawa ng wika ng iyong balát.
Kung mapapadpad ka rito, mahal,
Dito muling masusumpungan
Ang oras na hinahanap ang dati kong mukha.
Sandali kang umupo.
Dala ko ang oras ng pagtataksil at pag-iisa.
Naroroon kami sa tubig, mahal,
Inuunawa ang hubog at lalim ng dagat.
Umaasang dala ng mga alon
Ang paglimot sa lahat.

The Box

Empty. I pulled something out and was not scorched
Since there was no flame. No glass marble. No world
Or a universe expanding, unfurling its immensity.
I replaced the lid and peeked inside
But no star was in sight.
My finger explored every corner,
As if scraping clean an entire jar of honey,
But there was no dust to be found.
I knocked, and no one answered.
Yelled but no
Echo was forthcoming.
No sound or guitar string.
I set ants free inside the box
And proved the absence of sugar.
Or salt. Or sea. There could be wind
But there was no kite. Or thread.
Or a shirt with a hole. Can "bare" describe
The box? Where is the body? I put
My lips next to the opening but received no kiss.
Or even a caress. I let out a string of profanities
But came out unscathed.
There was no absolution after I had confessed my sins.
Nobody called me
When I slipped a telephone inside the box.
I dropped a piece of paper and did not get a letter.
I made a paper boat, tossed it inside the box,
But the boat remained still. There was no river.
I turned the boat into a bird, grabbed a slingshot,
But I could not find a stone inside the box.
I stared at the box for a long time
But nothing came out.
Talked to it but no plant grew.
I went to sleep. Woke up. Had breakfast.
Took another peep at the inside of the box. Nothing.
No mercy. Nothingness had eyes
That specifically meant nothing.
Inside the box, there was nothing.

Ang Kahon

Walang laman. Dumukot ako at hindi napaso
Dahil walang apoy. Walang holen. Walang daigdig
O unibersong lumalawak, lumalaki.
Inilagay ko ang takip at sinilip ang loob
Ngunit wala ni isang bituin.
Ginalugad ng daliri ko ang bawat sulok,
Animo'y inuubos ang isang garapon ng pulót,
Ngunit walang alikabok.
Kumatok ako at walang sumagot.
Sumigaw at walang bumalik
Na alingawngaw.
Walang tunog o kuwerdas ng gitara.
Naglagay ako ng mga langgam
At nakumpirma kong walang asukal.
O asin. O dagat. Siguro may hangin
Ngunit walang saranggola. O sinulid.
O butás na kamiseta. Masasabi bang hubad
Ang kahon? Nasaan ang katawan? Ipinasok ko
Aking mga labi ngunit walang nagbalik ng halik.
O kahit haplos. Nagmura ako sa loob
Pero wala akong natamong sugat o galos.
Walang nagpatawad noong bumulong ako ng mga sala.
Walang tumawag
Noong inilagay ko ang telepono.
Naglaglag ako ng papel at walang sumulat.
Ginawa kong bangka ang papel, inilagay sa kahon,
At hindi gumalaw ang bangka. Walang ilog.
Ginawa kong ibon ang bangka, kumuha ng tirador,
Ngunit wala akong natagpuang bato sa kahon.
Matagal kong tinitigan ang kahon
Ngunit walang lumabas.
Kinausap ngunit walang tumubong halaman.
Natulog ako. Nagising. Nag-almusal.
Sumilip ulit sa kahon. Wala.
Walang puso. May mga mata
Ng kawalan na ang ibig sabihin ay wala.
Ang laman ng kahon ay wala.

Still Life Moments after the Blast

The flower vase was upended and petals were shaken loose
To blossom around a woman's face. Like stars that were brought
down

Ambulance sirens zipped past with lights flashing. Someone
dropped a pencil,
A bag, there was a lip-stained glass. Defeated

Were all the dreams that had sprung and gathered here
To break off, dine, converse, hang around.

The wind whispers to say how all this is a game
Whose rules we do not know. What we end up knowing is

Just the collateral damage. It is like tossing three
Coins up in the air, only to have them back as three

Dead butterflies on the ground, then the shaking
Of the table, the sprawl of slumped bodies

Like glass marbles' irreconcilable place on a marble tomb.
Someone, tell me, where is the prophet

Who should have sounded the warning before
The catastrophe?

White stones have been crushed
Into teardrop-shaped pieces.

Still Life Ilang Sandali Pagkatapos ang Pagsabog

Natumba ang plorera at nagkalat ang mga talulot
Sa tabi ng mukha ng binibini. Tila mga ibinabang bituin

Ang mga sirena ng ambulansya. May nakabitaw ng lapis,
Ng bag, may basong may marka ng mga labi. Baság

Ang lahat ng pangarap na dito tinipon
Upang huminto, kumain, mag-usap, upang mamasyal.

Bumubulong ang hangin at sinasabing ito'y isang laro
Ngunit hindi natin alam ang mga batas. Isiniwalat

Lamang ang mga nadamay. Animo'y inihagis ang tatlong
Barya sa ere, bumagsak ang tatlong

Paruparo sa lupa, sumunod ang pagyanig
Ng mesa, ang paghandusay ng mga katawang

Tila isinargong mga holen sa marmol na libingan.
Sinuman, pakisabi sa akin, nasaan ang propetang

Binulungan upang isigaw ang babala bago inilaglag
Ng nakaraang sandali ang sakuna?

Durog-durog ang mga puting batong
Nagmistulang mga luha.

The Siblings

Leonardo, the eldest, is always the last to wake up
And so this is why each time a chicken dish is served,
He is given the chicken's eyes.
"This is why we are dirt poor,"
The blind Linda chimes in with her usual retort.
Linda's room is lined with mirrors.
Buboy is nowhere to be found every dinnertime.
He spends a lot of time in the traveling circus.
He has fallen in love with a mermaid.
Toto is his rival. Buboy does not know
That the mermaid's tail is a real fish tail.
That the mermaid is, in fact, a real mermaid.
Toto knows this, though.
Noel, no longer living in the family house, is in hiding
After stealing a diamond from an elderly person,
After raping five young women,
After destroying all the pigpens in the barrio.
All these allegations, he denies.
One time Sabrina enters Leonardo's room
To ask him for help with her homework.
She catches Leonardo reading a magazine
And with his shorts pulled down.
Sabrina rushes to the sink and throws up.
Buboy asks her if she is pregnant
And Sabrina blushes, because the other day
She was with her boyfriend until sundown
At the dumpsite for damaged dolls.
Toto, once he began working as a gas boy,
Always gets home with a dumbstruck look on his face.
He keeps to himself inside his room, and he sketches
With his pointer finger an elephant in the air.
He had joined the traveling circus and then returned home
When the mermaid died.
Linda keeps asking in secret
What the word love means.
Sabrina keeps asking her for advice
On how to have an affair.
Leonardo is gay. Noel is the first to know
Because one time, Leonardo has been called Rica

Ang Magkakapatid

Si Leonardo ang panganay at laging huling nagigising
Kaya sa tuwing manok ang ulam,
Sa kaniya inihahain ang mga mata.
"Kaya tayo isang kahig, isang tuka,"
Sabat palagi ni Linda, ang bulag.
Ang kuwarto ni Linda ay napapalibutan ng salamin.
Si Buboy ay laging wala sa hapunan
Dahil sa paglalagi sa peryahan.
Umiibig siya sa sirena.
Karibal niya si Toto. Hindi alam ni Buboy
Na ang buntot ng sirena ay totoong buntot.
Ang sirena ay totoong sirena.
Alam ito ni Toto.
Si Noel ay wala na sa bahay at nagtatago
Dahil sa pagnanakaw ng diyamante sa isang matanda,
Dahil sa panggagahasa ng limang dalagita,
Dahil sa pagwasak sa lahat kulungan ng baboy sa baryo.
Itinanggi niya ang lahat ng bintang.
Minsan pumunta si Sabrina sa silid ni Leonardo
Upang magpaturo hinggil sa kaniyang takdang-aralin.
Naabutan niya si Leonardo na nagbabasa ng magasin
At nakababa ang salawal.
Tumakbo si Sabrina sa lababo at nagsuka.
Itinanong ni Buboy kung buntis siya
At namula si Sabrina dahil noong isang araw,
Inabutan siya ng takipsilim kasama ang kasintahan
Sa tambakan ng mga sirang manika.
Si Toto, simula nang magtrabaho bilang gas boy,
Ay lagi nang umuuwing tulala,
Nagkukulong sa silid, at gumuguhit
Ng elepante sa hangin gamit ang hintuturo.
Sumama siya sa pag-alis ng perya at bumalik
Noong mamatay ang sirena.
Laging itinatanong nang palihim ni Linda
Ang ibig sabihin ng salitang pag-ibig.
Lagi siyang nilalapitan ni Sabrina upang humingi ng payo
Kung paano tatapusin ang isang pagtataksil.
Bakla si Leonardo. Si Noel ang unang nakaalam
Dahil minsan, tinawag na Rica si Leonardo

By his close friend.
Linda's close friend
Is the one Leonardo is having a relationship with.
Their father gets wind of this and kicks Leonardo out of the house.
Day and night, Leonardo says the name of their mother
Who had long since died.
Monthly, his siblings write him a letter.
The last letter Leonardo gets is the one from Toto
And it has only two sentences:
"Come back home. Father shot himself in the head."
The wake spans nine days, and only Linda stays up all night.
Because Noel is unable to return home,
He simply mails a letter enclosed
With a picture of him bawling his eyes out under a banana tree.
It is Buboy who throws the gun in the sea, and the next day,
He is also the one who dives in to recover the gun.
Toto makes a necklace out of the remaining bullets.
Their half-siblings want to pay their last respects
But the siblings refuse to grant them entry.
After Linda's eye surgery,
She asks for her mother's body to be exhumed.
After the coffin lid is lifted,
She kisses the top of the skull.
The siblings figure that moment is perfect
For picture taking.
The picture they send to Noel.
Toto is the only one who gets to inherit something.
A whistle.
Buboy covets the whistle, so every breakfast,
He leaves very little rice for Toto.
Toto becomes a cop, and his first mission
Is the capture of Noel.
The last letter that Noel gets
Is from Sabrina
And it has only two sentences:
"Come back home. Toto shot the police chief in the head."
Linda marries her close friend.
When Toto gets out of jail, he decides to become a fisherman.
Noel returns home and plants a banana tree in the yard.
Leonardo becomes a cop. Sabrina becomes the wife of a cop.
Buboy falls in love with a woman who eats chickens alive,
Joins the traveling circus, and has never returned since.

Ng matalik nitong kaibigan.
Ang matalik na kaibigan ni Linda
Ang karelasyon ni Leonardo.
Nalaman ito ng kanilang ama kaya pinalayas si Leonardo.
Araw-gabing tinatawag ni Leonardo ang pangalan ng inang
Kay tagal nang sumakabilang buhay.
Buwan-buwan siyang sinusulatan ng mga kapatid.
Ang huling sulat na natanggap ni Leonardo ay mula kay Toto
At naglalaman lamang ng dalawang pangungusap:
"Umuwi ka na. Nagbaril si Itay sa ulo."
Siyam na araw ang lamay at si Linda lamang ang laging gising.
Dahil hindi makauwi si Noel,
Nagpadala na lamang siya ng liham kalakip
Ang larawan niyang tumatangis sa ilalim ng puno ng saging.
Si Buboy ang naghagis ng baril sa dagat at kinabukasan,
Siya rin ang sumisid at nagbalik ng baril.
Ginawang kuwintas ni Toto ang mga natirang bala.
May mga anak sa labas na nagnais dumalaw
Ngunit hindi pinapasok ng magkakapatid.
Pagkatapos operahan si Linda sa mata,
Hiniling niyang ilabas ang bangkay ng ina.
Noong nabaklas ang takip ng nitso,
Hinalikan niya ang ibabaw ng bungo.
Naisipan ng magkakapatid na sa tagpong iyon
Magpakuha ng litrato.
Ipinadala ang larawan kay Noel.
Si Toto ang tanging nakatanggap ng pamana.
Isang silbato.
Nainggit si Buboy kaya tuwing agahan,
Kakaunti ang itinitira niyang kanin kay Toto.
Naging pulis si Toto at ang unang misyon
Niya ay hulihin si Noel.
Ang huling liham na natanggap ni Noel
Ay mula kay Sabrina
At naglalaman lamang ng dalawang pangungusap:
"Umuwi ka na. Binaril ni Toto sa ulo ang hepe ng pulis."
Ikinasal si Linda sa matalik nitong kaibigan.
Nang makalaya si Toto, nagpasya itong maging mangingisda.
Bumalik si Noel at nagtanim ng puno ng saging sa bakuran.
Si Leonardo ay naging pulis. Si Sabrina ay naging asawa ng pulis.
Si Buboy ay umibig sa babaeng kumakain ng buhay na manok,
Sumama sa perya, at hindi na kailanman nagbalik.

5:26 p.m.

Everything begins
With a long wait behind the window.
The world is strictly ashen
Yet monochromatic tinge seeps
Out of hibiscus blossoms.
Between the opening and closing
Of a mariposa butterfly's wings,
Your pictures multiply in memory.
And then pile up like a stack of cards.
Later shuffled in an imagined game of solitaire.
And, as expected, the game ends
With my failure to put together
The pieces of hearts on the table.
Everything ends with a long wait behind the window,
With a glimpse of many other windows
All with faces waiting behind them.

5:26 ng Hapon

Magsisimula ang lahat
Sa pagtanghod sa bintana.
Abuhin ang daigdig
Ngunit tumatagas ang isang kulay
Mula sa bulaklak ng gumamela.
Sa pagitan ng pagbuka't pagsara
Ng mga pakpak ng mariposa,
Sumusupling ang mga larawan mo sa gunita.
Saka isasalansan na parang mga baraha.
Susunod ang pagso-solitaryo ng hiraya.
Tulad ng inaasahan, matatapos ang laro
At bigong muli ang tangka kong buuhin
Ang mga piraso ng puso sa mesa.
Magtatapos ang lahat sa pagtanghod sa bintana,
Sa pagsilip sa iba pang bintanang
May nakatanghod na mukha.

The Playground

The first child arrived and noticed the bare
Surroundings. When he realized he was alone,
He created an invisible friend to play with.
The second child arrived and was taught
By the first child how to make
An invisible playmate.
The only thing missing, then, was a game.
They thought of asking for money but remembered
They had no parents.
Hence, they constructed a playground
No one else could see: here was the wooden horse,
Over there were the trees, with a hammock, and there,
They could swing over the cavorting birds.
They spent all day building all sorts of things and structures.
The next day, they established an entire city.
The second child's restlessness caused him to trip and fall down,
Smash his mouth against the ground, lose two of his teeth.
They made a tight lattice with their adjoined palms, imagined
They were connecting bits and pieces of mirrors.
They exchanged faces.
They put together a guardian angel
So they wouldn't ever again know hurt.
In time, the children lost interest and tore down their city.
They thought playing ball sounded more fun.
And so they created balls.
Four balls.
They played hide-and-seek among the trees
That were invisible. Met each other's gaze.
Daily they played catch.
There were moments of happiness
But they were restless their whole lives..

Ang Palaruan

Dumating ang unang bata at napansing hubad
Ang paligid. Nang matantong nag-iisa siya,
Gumawa siya ng kalarong hindi nakikita.
Dumating ang ikalawang bata at tinuruan siya
Ng unang bata kung paano gumawa
Ng kalarong hindi nakikita.
Ang tanging problema'y wala silang lalaruin.
Naisip nilang humingi ng pera pero naalala
Nilang wala na silang mga magulang.
Kaya gumawa sila ng palaruang
Hindi nakikita: dito ang kahoy na kabayo,
Doon ang mga puno, diyan ang duyan, at doon,
Sa ibabaw ng mga naglalandiang ibon sila maglalambitin.
Maghapon silang gumawa ng mga bagay at estruktura.
Kinabukasan, nakabuo sila ng siyudad.
Dahil sa kalikutan, nadapa ang ikalawang bata,
Sumubsob ang bibig, at natanggalan ng dalawang ngipin.
Pinagdikit-dikit ng mga bata ang mga palad at inisip
Na iyo'y pinagdugtong-dugtong na salamin.
Nagpalit sila ng mga mukha.
Gumawa sila ng bantay na anghel
Upang hindi na sila masaktan kailanman.
Paglaon, nagsawa ang mga bata at giniba ang siyudad.
Naisip nilang mas mainam na laruan ang bola.
Kaya gumawa sila ng mga bola.
Apat na bola.
Nagsipagtago sila sa mga punong
Hindi nakikita. Naghulihan ng mga titig.
Araw-araw silang nagbatuhan.
May panaka-nakang sandali ng saya
Ngunit habambuhay silang naging maligalig.

The Room

He led me inside the room
Where she kept his past.
Each day is a corpse.
Like sapphires devoid of luster
Their open eyes.

All night we stroked and closed
Every eyelid.

Ang Silid

Dinala niya ako sa silid
Ng kaniyang nakaraan.
Isang bangkay ang bawat araw.
Tila mga sapirong hinubdan ng kinang
Ang dilat nilang mga mata.

Magdamag naming hinaplos at isinara
Ang bawat talukap.

The Trysting Place

It looks as if he is taken in for questioning
By the dama de noche.
He sits in the middle
Of sleeping pigeons.
A cat follows him around, wanting to trap
The warmth emanating from his calves.
He only wants to bring the night to its end.
The clouds have already obscured the stars.
Like in a phonograph disc, the words
Of his date reverberate in his ears:
In front of the statue of an angel,
By the side of the mortuary bell.
But until now, no footfalls
Have disrupted the calm of the floor.
He begins to remove
The petals of the dama de noche.
The cicadas sound as if they are trying to tell him something.

Ang Tagpuan

Wari'y nais siyang kausapin
Ng mga dama de noche.
Umupo siya sa gitna
Ng mga nahihimbing na kalapati.
Sumunod ang isang pusa upang ikulong
Ang init ng kaniyang mga binti.
Nais lamang niyang tapusin ang gabi.
Binubura na ng mga ulap ang mga bituin.
Tulad ng isang plaka, umuulit ang sinabi
Ng katagpo sa kaniyang pandinig:
Sa tapat ng anghel na estatuwa,
Sa gilid ng kampana.
Ngunit hanggang ngayo'y walang mga yabag
Na gumagambala sa sahig.
Sinimulan niya ang pagpigtal
Sa mga talulot ng dama de noche.
Tila may sinasabi ang mga kuliglig.

La Toupie, Hans Bellmer

Let's talk about the fiddlehead.
Is the weight of a woman
Balanced on a spinning top not enough to crack
The stage floor?

> *Yes, because the rotating woman*
> *Is all but breast and bone.*

Restrain yourself. You can't just touch her at whim
Because the moment you disrupt her inertia,
She will tumble down, shatter into pieces, and be whisked again to her grave.

> *I know. I will be right here*
> *In the dark. Taking pictures. Listening*
> *To the symphony of her body.*

Let's talk about the stage.
Why is its meager span like that of a wooden beam,
With its breadth seemingly measured off the width of a palm?

> *That's more than enough*
> *According to the one holding the string.*

But what if she skids over the edge
And falls? The eye cannot possibly comprehend
The vastness of the abyss under the stage where she spins.

> *There are a lot we had lined up.*
> *As many as the drops*
> *Of rain are the ones we have chosen.*

La Toupie, Hans Bellmer

Pag-usapan natin ang pako.
Hindi ba sapat ang bigat ng babae
Sa ibabaw ng trumpo upang gumawa ng uka
Sa entablado?

> *Oo, dahil ang babaeng umiikot*
> *Ay puro suso at buto.*

Pigilan ang iyong sarili. Hindi mo siya maaaring hawakan
Dahil sa oras na magulo ang kaniyang paggalaw,
Tutumba siya, kakalat, at muling ibabalik sa libingan.

> *Alam ko. Narito lamang ako*
> *Sa dilim. Kumukuha ng litrato. Nakikinig*
> *Sa musika ng kaniyang katawan.*

Pag-usapan natin ang entablado.
Bakit tila tinapyas na kahoy lamang ang laki,
Tila sinukat mula sa isang palad?

> *Sapat na iyan*
> *Sabi ng may hawak ng tali.*

Paano kung dumupilas siya sa gilid
At malaglag? Hindi masukat ng tingin
Ang dilim sa ilalim ng kaniyang iniikutan.

> *Marami kaming ipinila.*
> *Kasindami ng mga butil*
> *Ng ulan ang aming pinili.*

Because Sometimes

Because sometimes, roundness ceases
To define your world.

But it does not stop from spinning.
And each time, there is another whirlwind

Of daggers piercing your heart.
You have so many questions. And whenever you look up,

The only answer you get is the slowly changing shape of clouds.
Whenever you turn to the daylong passage of sun across the sky, drowning

And drowning in dusk alone serves as your only reply.
Letters, gas lamp, your handkerchiefs stowed in the closet,

Your calendar wearing its second skin of dust.
Just like you, they wait for that harried knock on the door

Or for drunken loneliness to wear off.
Arranged in a row are stems of roses.

They want you to write on their thorns
The words uttered by the woman you love

In that time when you nearly fell over the cliff of madness.
As for the rose petals, it is best to leave them undisturbed.

They are still looking for forgetfulness
In the pages of a book.

Dahil Minsan

Dahil minsan, tumitigil sa pagiging bilog
Ang iyong daigdig.

Ngunit hindi ito tumitigil sa pag-ikot.
At umuulit ang pagdaan ng alimpuyo

Ng mga punyal sa iyong puso.
Kay rami mong tanong. Kung titingala ka sa langit,

Pag-usad ng mga ulap ang tangi nitong isasagot.
Kung susundan maghapon ang araw, pagkalunod

At pagkalunod sa takipsilim ang tangi nitong itutugon.
Ang mga liham, ang lampara, ang mga panyo mo sa tokador,

Ang kalendaryo mong binihisan na ng alikabok.
Tulad mo, naghihintay sila ng katok

O paglipas ng kamandag ng lungkot.
Nakalinya ang mga tangkay ng rosas.

Nais nilang sa ibabaw ng mga tinik mo isulat
Ang mga namutawi sa bibig ng iyong mahal

Noong muntik kayong mahulog sa talampas ng kabaliwan.
At ang mga talulot, huwag mo na silang gambalain.

Hinahanap nila ang paglimot
Sa mga pahina ng mga aklat.

Chicken

The chicken has no way of knowing the numbered
Seconds for it to still be able to run.

It only knows the dark now, the warmth of blood,
The shadow trailing underfoot.

And in these final moments,
The chicken once again tries to flap its wings.

It's just that its eventual collapse to the ground
Makes escape improbable.

The chicken does not know that it is already dead.
Through its last quickened heartbeat,

It struggles against its seized
Feet.

The chicken does not know
Why it can no longer crow.

The chicken does not know
That its head has been severed.

Manok

Hindi alam ng manok na bilang
Na ang segundo ng kaniyang pagtakbo.

Dilim lang ang batid niya, ang init ng dugo,
Bagaman hinahabol siya ng kaniyang anino.

At sa mga huling sandaling ito,
Sinubok niyang ikampay muli ang mga pakpak.

Ngunit sadyang pagbulagta sa lupa
ang hanggahan ng pagtakas.

Hindi alam ng manok na patay na siya.
Sa huling pulso,

Nagnanais kumalag sa pagkakahuli
Ang mga paa.

Hindi alam ng manok
Kung bakit hindi na siya makatilaok.

Hindi alam ng manok
Na pinugutan siya ng ulo.

Serial Killer

Now, about that man on the first page of the newspaper
This morning, the one whose mouth had been slashed,

Don't worry.

I let him scream
Just a little.

Always, knives are reasonably priced in the public market.

The vendor knows my name.

She is the only one this week
Whom I have trusted with my name.

Earlier, while slicing beef,
The knife slipped, grazed my fingers.

I remembered the iciness of the lampposts last night,
The pallor of street corners, the arrival of rain
To wash away everything.

Don't think badly of me.
I once tried locking myself in and tying
Myself up inside a warehouse.

But my bounds were quickly removed and I was freed
By one of my other selves.

Always, the dark is ravishing.

I bumped into you the other day.

You are probably a lovely sight to watch
While you are stilled by sleep.

Always, your face fills
My every dream.

Serial Killer

Tungkol sa lalaking nasa unang pahina ng peryodiko
Ngayong umaga at wakwak ang bibig,

Huwag kang mag-alala.

Hinayaan ko siyang sumigaw
Nang kaunti.

Laging mura ang patalim sa palengke.

Alam ng tindera ang aking pangalan.

Sa linggong ito, siya pala lamang
Ang aking sinabihan.

Kanina, habang naghihiwa ng karne
Ng baka, nadulas ang kutsilyo sa aking daliri.

Naalala ko ang lamig ng mga poste kagabi,
Ang kulay ng eskinita, ang pagdating ng ulan
Upang linisin ang paligid.

Huwag mo akong pag-isipan ng masama.
Minsan ko nang ikinandado at iginapos
Ang sarili sa isang bodega.

Agad din akong kinalagan at pinalaya
Ng isa ko pang sarili.

Laging marikit ang dilim.

Nakasalubong kita noong isang araw.

Kay ganda mo sigurong pagmasdan
Habang nahihimbing.

Ang mukha mo ang laging laman
Ng aking panaginip.

Ferris Wheel

I
The safety bars are attached, and grasping
The metal rods are hands.
The path is circular.
This is the one trip
That rules out escape.
The palm grips the cold
Breath of the night.
This is just an attempt
To bring our wounds to a higher place.

And to leave it there.
Or from there, to a free fall.

Beware whoever happens to be on the ground below.

II
The machine groans.
There is a slight wobble in the skeletal
Structure.
As if the wind is rolling it around.
This is the one trip that has no
End, except for a return to the starting point.
But in this case,
We set aside matters of closure.

Focus all senses
On movement.

We are now starting
To move away from the earth.

III
I get to the peak.
The view is downright celestial.
The city is dusted
With stars.
A troubled universe.

Ferris Wheel

I
Ikinabit ang harang at ikinapit
Ang mga kamay sa bakal.
Bilog ang landas.
Isa itong paglalakbay
Na walang pagtakas.
Nakuyom ng palad ang malamig
Na hininga ng gabi.
Ito'y pagsubok lamang
Na dalhin ang mga sugat sa itaas.

At doon iwan.
O doon ilaglag.

Pasintabi sa tatamaan.

II
Umangil ang makina.
Gumalaw ang kalansay
Na estruktura.
Tila pinagulong ng hangin.
Isa itong paglalakbay na walang
Kahihinatnan maliban sa pagbabalik.
Ngunit sa pagkakataong ito,
Isantabi natin ang mga hanggahan.

Ituon ang mga pandama
Sa paggalaw.

Nagsisimula na tayong
Lumayo sa lupa.

III
Narating ko ang rurok.
Selestiyal ang nakapintang tanawin.
Binudburan ang lungsod
Ng mga bituin.
Isang unibersong maligalig.

This is the one trip
To see all that I have left behind.
To retrieve
All that I have buried.

Starting now
Is the descent.

Wait.

This is where I want to stay.

Isa itong paglalakbay
Upang tanawin ang mga naiwan.
Upang tipunin muli
Ang mga bagay na nalimutan.

Nagsimula
Ang paggalaw pababa.

Hintay.

Dito ko nais manatili.

Some Forsaken Things

1.
He barely noticed that next to the chair was a wide open
Eye made of steel.

A talisman. Its string severed.

He would have wanted to return it to its owner
But the bus had already left. This was in Cotabato City
While waiting for the last trip
At the station. It was six in the afternoon. Had someone seen
Oncoming danger, and thus ditched the necklace?

What foolishness.

Here, explosions were as common
As lulling an infant to sleep.

2.
As her blouse gaped open, there between her breasts,
Like a small flame in the middle of bales of grass piled in a barn
Was the blue mark left by her lover.
It was likely in that moment, while she stared at the ceiling,
While kingfishers usurped half of her lips,
While there were, in the corners of the room,
Small tremors.
It was likely in that moment, the sinking
Of teeth.
How could she explain this to the husband-to-be? There is no logic
In infidelity. How could you grasp what's wrong while lulled
By flutes that produced the music of unsaid things?
Surely, a confrontation was due later.
Each time, she kept catching a glimpse of her death:
Charcoal briquettes were hurled against the glass of the casket before giving up
To the buried memory of the earth.
The walls held no ears for listening to regrets.
She placed her fingers on the mark. Switched off
The light before continuing to watch herself. Turned on
The radio to wait for that last song
She heard at the motel.

Ilang Bagay na Iniwan

1.
Hindi niya namalayang sa tabi ng upuan nakadilat
Ang isang bakal na mata.

Isang anting-anting. Pigtal ang tali.

Nais sana niyang isauli sa sinumang nakaiwan
Ngunit nilisan na ang bus. Ito ay Cotabato
At naghihintay sa paglakad para sa huling biyahe
Ang istasyon. Ikaanim na ng hapon. May nakaaninag ba
Ng panganib kaya iniwan ang kuwintas?

Isang kahibangan.

Dito, ang mga putok ay kasindalas
Ng paghehele sa mga sanggol.

2.
Pagbukas ng blusa, sa pagitan ng kaniyang dibdib,
Tila munting liyab sa gitna ng kugong itinambak sa kamalig
Ang asul na markang iniwan ng katagpo.
Marahil sa tagpong iyon, noong nakatingala siya sa bubong,
Noong sukol ng mga kasaykasay ang kalahati ng kaniyang labi,
Noong nagaganap sa mga sulok ng silid
Ang maliliit na pagyanig.
Marahil sa tagpong iyon ibinaon
Ang mga ngipin.
Paano niya ito ipaliliwanag sa darating? Walang lohika
Ang pagtataksil. Paano uukilkil ang mali sa sandaling inilulundo ka
Ng mga plawta sa musika ng mga bagay na hindi masasabi?
Tiyak mamaya ang pag-usisa.
Sa tuwi na'y nakikita niya ang kamatayan ng sarili:
Ibinabato ang mga uling sa salamin ng kabaong bago ipaubaya
Sa paglimot ng lupa.
Walang tainga ang mga pader para sa pagsisisi.
Ipinatong niya ang mga daliri sa marka. Pinatay
Niya ang ilaw bago itinuloy ang pagtitig sa sarili. Binuksan
Niya ang radyo upang hintayin ang huling awit
Na narinig niya sa motel.

3.
Next to the garbage bin was a jar. Inside the jar,
An infant. Or we could say, a being that was not yet an infant.

Had we truly run out of time
For a burial?

Or, it was possible the mother thought there was nothing else she could do
So she slid out the bottle she was lugging and placed it in that corner
In the hopes that angels might do something about it.

If we were the image of God, in which museum should we hang
This kind of image?

Did we have any other choice but to pick up the bottle.

Although release was not equivalent to the glass breaking, we could transfer
It to another container: in a box decked with a snapshot of the sun
Or of farmlands teeming green.

Imagine it in a better place.

Should it recognize our voice in the other world, it was best
For us to give it a name.

3.
Nasa tabi ng basurahan ang garapon. Sa loob ng garapon,
Ang sanggol. O sabihing nating nilalang na hindi pa ganap na sanggol.

Wala na nga ba tayong panahon
Sa paglilibing?

O maaaring iniisip ng ina na wala na siyang magagawa
Kaya isinilid ang dinadala sa bote at saka inilagay sa sulok na iyon
Sakaling may maisip gawin ang mga anghel.

Kung tayo ang larawan ng Diyos, saang museo natin ilalagay
Ang ganitong imahen?

Ano pa nga ba ang ating magagawa kundi damputin ang bote.

Bagaman hindi paglaya ang pagbasag sa sisidlan, maaaring ilagay
Natin ito sa ibang lalagyan: sa kahon na may larawan ng araw
O ng bukiring luntian.

Isiping nasa mas mabuti siyang pook.

Kung makikilala niya ang tinig natin sa kabilang daigdig, mainam
Na bigyan natin siya ng pangalan.

Diorama #26

The fingers were like dragonflies
As they strangled her.
Lips like agitated mariposa butterflies
Traipsing daintily on her skin.
She wanted to scream,
Stand up, reach for her robe.
But a fist had left a ringing mark
Of a smashed-up bell in her mind.
Dark spots
Were imprinted on her face.
Tumbling beads
Of light each time she blinked.

This can't be real, she said.

This is just a momentary brush
Against hell.

Outside, as fast as scurrying shadows
The world receded from view.

Diorama #26

Tila tutubi ang mga daliring
Nakasukol sa kaniyang leeg.
Balisang mariposa ang mga labing
Nagtatampisaw sa kaniyang balát.
Nais niyang sumigaw,
Tumayo, abutin ang bestido.
Ngunit isang kamao ang nag-iwan
Sa kaniyang ulirat ng basag na kampana.
Pira-pirasong karimlan
Ang tumimo sa kaniyang mukha.
Nalalaglag ang mga talulot
Ng liwanag sa bawat pagkurap ng mata.

Hindi ito totoo, wika niya.

Ito'y sandaling paghipo
Lamang ng impiyerno.

Sa labas, kasingbilis ng anino
Ang paglalaho ng mundo.

Compass

1.
Captain, I have placed the apparatus on the map.
Its hands are pointing erratically.
It is possible this is where
The world's magnet had finally died.
Captain, we are approaching
The Isle of No Return.

2.
Captain, have we already
Passed this way many times before?
Are we following the true north?
Where do we turn, captain?
The water is swirling into a vortex.

3.
Captain, the compass was dropped somewhere around here.
The map says we are in the sea floored with sharp rocks.
This is supposedly where sharks take refuge.
Captain, tell us, who among us should dive into the deep?

Kompas

1.
Kapitan, ipinatong ko ang aparato sa mapa.
Maligalig ang pagtuturo ng kamay.
Maaaring namatay na rito
Ang batubalani ng daigdig.
Kapitan, malapit na tayo
Sa Isla ng Walang Pagbabalik.

2.
Kapitan, hindi ba't ilang ulit
Na tayong dito nagawi?
Tama ba ang hilagang ating tinutunton?
Saan tayo kakabig, kapitan?
Bumibilis ang pag-ikot paibaba ng tubig.

3.
Kapitan, banda rito nahulog ang kompas.
Ayon sa mapa, tayo'y nasa dagat ng mga batong matalim.
Dito umano natutulog ang mga pating.
Kapitan, ituro mo, sino ang sisisid sa ilalim?

Words Happened

Words happened. Cow became
Cow. The word milk gushed in every throat.
A farm suddenly teemed with corn, their ears golden.
Trees materialized to surround the scenic view of a plain.
Tranquility was crowned with huddled crowds
Of maya birds. I uttered the word joy
And I was once again playing a game
As a child with my friends.
I jokingly mentioned death
And leaves dropped from their branches, dried up
Were the crops, shuddered in their engorgement were the worms.
Cows hunted us down one by one to our eventual fall by the cliff's edge.

Nangyari ang mga Salita

Nangyari ang mga salita. Ang baka ay naging
Baka. Umiral ang salitang gatas sa bawat lalamunan.
Ang bukid ay naging hitik sa uhay.
Pinalibutan ng mga kahoy ang tanaw.
Ang kapayapaan ay kinoronahan ng kumpol-kumpol
Na maya. Binigkas ko ang ligaya
At nangyari ang tagpong naglalaro ako
Bilang isang musmos kapiling ng mga kaibigan.
Pabiro kong binanggit ang kamatayan
At nangagsipanlaglag ang mga dahon, natuyo
Ang mga tanim, kumislot at tumaba ang mga uod.
Isa-isa kaming sinugod ng baka hanggang mahulog sa bangin.

Diorama #50

Noon, and a woman skips to the beat
Of the after-rain. A puddle reveals
what her skirt hides. Clothed
in rust is a car nearby.
This is the same vehicle cursed by a canceled
Wedding. The cathedral bells are tolling
Tugged by a man somewhere. Loneliness flees
From the beaks of maya birds. A child buys
A chick and then sets it free on the streets.
Fire is yanked by a man
From his mouth. A vendor sells the oil
From a fermenting boa constrictor. Nobody notices the train
As it careens to a stop and drowns
The frantic footfalls of kids playing hopscotch near the rails.
A fish vendor walks her daily route
And repositions her fish so that they hit
The sun, flash blinding light with their scales.
The woman is still dancing.
Men form a crowd. There is wild applause
From the audience when what vanished was
the magician himself. The forlorn rabbit remains in the hat.
The woman stops dancing. Someone tosses
Coins and shuffles away. Someone flings
A handful of rings and decides to stay.

Diorama #50

Tanghaling tapat at umiindak ang babae
Sa katatapos na ulan. Kinokopya ng sanaw
Ang itinatago ng kaniyang saya. Dinamitan
Ng kalawang ang kotse sa isang tabi.
Ito ang sasakyang isinumpa noong hindi natuloy
Ang isang kasal. Kumakalembang ang mga kampanang
Hinihila ng isang lalaki. Tumatakas ang lungkot
Sa tuka ng mga maya. Binili ng isang musmos
Ang isang sisiw at pinakawalan sa daan.
Hinuhugot ng isang lalaki ang apoy
Sa sariling bibig. May nagtitinda ng langis
Ng sawa. Walang nakapansin sa tren
Noong sumagitsit ito't inilibing
Ang yabag ng mga batang naglalaro ng pikô sa kalye.
Dumaan ang naglalako ng isda
At pinaikot-ikot ang mga dala upang ibangga
Ang sinag ng araw sa mga kaliskis.
Patuloy sa pagsayaw ang babae.
Nagsilapitan ang mga binata. Pumalakpak
Ang mga nanonood noong biglang naglaho
Ang salamangkero. Naiwan ang puting kuneho sa sumbrero.
Huminto sa pagsayaw ang babae. May naghagis
Ng mga barya at saka umalis. May naghagis
Ng isang dakot ng singsing at nanatili.

Diorama #52

The bulb was pregnant with light.
The eyes of a man
Were puffed-up from staring at it.
His head would not budge,
As if his neck was held still by a hook.
In his mind, he was levitating
Forty meters from the pavement.
His body was swaying ever so slightly with the wind as his hammock
Much like a curtain.

The glare of light must not flicker, he whispered.

The glare of light must not flicker.

Diorama #52

Binuntis ng liwanag ang bombilya.
Magang-maga ang mga mata ng lalaki
Dahil sa pagtitig.
Hindi natitinag ang kaniyang ulo,
Animo'y nakasabit sa kalawit ang leeg.
Sa isip niya, nakaangat ang kaniyang talampakan
Apatnapung metro mula sa kalsada.
Idinuduyan ng hangin ang kaniyang katawan
Na parang kurtina.

Huwag lang kukurap ang dagitab, bulong niya.

Huwag lang kukurap ang dagitab.

Diorama #54

He pulled the pin
From a grenade and lobbed it as far away
As he could. 1942.
A safety seal in the general's mind
Was the gushing blood.
Before this, mingled with air
Was the exploding weaponry. Telescopic sights
Scoped out fallen bodies and death summoned
The blowflies. The grenade finally landed
But was useless at this point
Because there was no one else left to kill.
No matter how thunderous the blasts,
The general could hear nothing.
The silence of the subdued dead was deafening.
From the gaping mouths of cannons
Came fleeing souls, disembodied from their bodies.
This scene was unbroken stillness.
There are angels walking the stilled fields.

Diorama #54

Hinugot niya ang karayom
Ng granada at inihagis sa naabot
Ng kaniyang lakas. 1942.
Kontraselyo sa isip ng heneral
Ang pumupulandit na dugo.
Bago ito, nakipagtalik sa hangin
Ang mga baril. Sinilip sa teleskopyo
Ang mga katawan at tinawag ng kamatayan
Ang mga langaw. Bumagsak ang granada
Ngunit wala na itong saysay
Dahil wala nang ibang mamamatay kundi siya.
Gaano man kalakas ang dagundong,
Wala nang naririnig ang heneral.
Nakabibingi ang pagkapipi ng mga patay.
Sa mga bukas na bibig ng mga kanyon,
May mga humuhulagpos na kaluluwa.
Ang tagpong ito ay katahimikan.
May mga dumadaang anghel sa natapos na parang.

Sunt Lacrymae Rerum
-Aeneid, Virgil

While you pass a needle through a hole
In a chemise, a naked man
Rushes by, and dogs are chasing him.
His fear will stir the motion
Of foliage. As I write this, blood spreads
From the words, soaking the paper. The paper is now soiled
And its pristine state lost forever. I scratch away at the words
In an attempt to take back what I had said.
Explored by the hands
Of the clock is a block of time.
The hands have barely covered the distance.
Sometime later, the hands will bring out the bird
Whose beak has been snipped for thrice repeating
The words in a curse. Inviting me to quiet down
Are the pillows. Yesterday, in a library,
There was an open book of poems.
A man tore some of the pages.
Pocketed them. Someone is dropping an airplane
Made of paper from the opposite building. There is a pair of binoculars
That is secretly being used by a child. You have left on
The stove. Everywhere, the smell of burnt sugar.
This is the last day of December. Melting
Inside a jar are salt crystals. Sorrow is storing
Tears in a shelf. The toys want to bawl their eyes out.
The cobwebs are consoling them. They know what's in time's passing
Like an inflated bubble that near-instantly disappears.
You always ask me about the scattered mess of things
In my room. I am memorizing the shapes taken on by those things.
I will recount my memory of them once I get to the eternal garden.

Sunt Lacrymae Rerum
-Aeneid, Virgil

Habang pinadadaan mo ang karayom sa bútas
Sa kamison, may isang hubad na lalaking
Humahangos at hinahabol ng mga aso.
Ang takot niya'y sandaling igagalaw
Ng mga dahon. Habang isinusulat ko ito, dumudugo
Ang panulat sa papel. Ang papel ay nadungisan na
At hindi na maibabalik sa dati. Kinahig ang mga salita
Sa pagtatangkang bawiin ang mga nasabi.
Ginagalugad ng mga kamay
Ng orasan ang panahon.
Wala pa rin itong nararating.
Maya-maya, ilalabas nito ang ibong
Nabagwisan ng tuka upang tatlong beses
Sumambit ng sumpa. Nagyayaya nang manahimik
Ang mga unan. Kahapon, sa isang aklatan,
Nakabuklat ang isang libro ng mga tula.
Pinunit ng isang lalaki ang ilang pahina.
Ibinulsa. May naglalaglag ng eroplanong
Papel mula sa kabilang gusali. May largabistang
Pahilim na ginagamit ng isang paslit. Naiwan mong bukás
Ang kalan. Nangamoy na ang sunóg na asukal sa paligid.
Ito ang huling araw ng Disyembre. Natutunaw
Sa loob ng garapon ang mga asin. Nag-iimbak ang pangungulila
Ng mga luha sa eskaparate. Nais tumangis ng mga laruan.
Kinukunsuwelo sila ng mga agiw. Alam nila ang paglipas
Gaya ng bulang hinipan at agad ding naglaho sa kasunod na sandali.
Lagi mong itinatanong kung bakit nagkalat ang mga bagay
Sa aking silid. Kinakabisado ko ang kanilang hubog.
Aalalahanin ko sila pagdating ko sa eternal na hardin.

Thalassophobia

The last thing I saw was your flailing hands.
Then the waves that claimed you.

It was as if you were ravaged by the water god
And I was the spouse incapacitated by shock.

I tried to reach you but a threat
Was sounded by the beach sand.

I cried out your name
And the sea just growled in response.

I kept hearing the hum of hundreds of needle-
Pointed tips of corals.

The voice of the waves hissed with menace.

We dare you to touch us.
Even with your fingertips.

*

Always, I would remain here by the riverbank
And I would have a few pieces of paper,
Writing my wishes then casting them into the water,
Writing my prayers then casting them into the water,
Writing about what had happened to me today
Then casting them into the water,
Hoping that the river will impart my words to the sea,
Hoping that the sea will pass on my words
To the place where it had taken you.

*

I want you to know, that tomorrow morning,
I will have a boat prepared for me at the beach.

Thalassophobia

Ang huli kong nakita ay ang dalawa mong kamay.
Sumunod ang pag-angkin sa iyo ng mga alon.

Animo'y ginagahasa ka ng diyos ng tubig
At ako ang asawang iginapos ng hilakbot.

Nagtangka akong lumapit ngunit nag-umang
Ng banta ang mga buhangin.

Isinigaw ko ang pangalan mo
At ang tanging ibinabalik ng dagat ay pag-angil.

Naririnig ko ang ugong ng daan-daang karayom
Ng mga korales.

May paghamon ang tinig ng mga daluyong.

Subukan mo kaming salingin.
Kahit sa dulo ng iyong daliri.

*

Narito ako lagi sa tabi ng ilog
Dala ang ilang piraso ng papel,
Sumusulat ng hiling saka ihuhulog sa tubig,
Sumusulat ng dasal saka ihuhulog sa tubig,
Sumusulat tungkol sa mga nangyari sa akin sa araw na ito
Saka ihuhulog sa tubig,
Umaasang laging dadalhin ng ilog ang mga salita sa dagat,
Umaasang dadalhin ng dagat ang mga salita
Sa kung saan ka man niya dinala.

*

Nais kong malaman mo, bukas ng umaga,
Nagpahanda ako sa buhanginan ng isang bangka.

About an Abandoned House

Kite on the roof.
Clumps of leaves in the rain gutter.
A plate with leftovers
And another one still unused.
Forks under the table.
Cauldron with a blackened handle.
Cat's food bowl in the garbage bin.
Rosary dangling from the hand
Of a broken Santo Niño.
A row of picture frames.
Within the frames, pictures
Of people whose faces have been cut out.
Poster of a cigarette ad
Concealing the hole in the wall.
A ring left in the bathroom.
Letters left to be shredded
By water in a bucket.
Clothes in a wardrobe closet and underneath
The clothes, nude pictures
Of one and the same woman.
Rolled up mat held in place by a string.
Door secured with a rope.
Curtain draped
Over one part of the floor.
Open window.
Across the window, a spider web
Hangs between a pot and the urn housing the homeowner's remains.

Tungkol sa Bahay na Iniwan

Saranggola sa bubungan.
Kumpol ng mga dahon sa alulod.
Isang platong pinagkainan
At isang hindi pa nadudumihan.
Mga tinidor sa ilalim ng mesa.
Kalderong nangitim ang hawakan.
Kainan ng pusa sa basurahan.
Rosaryong nasa kamay
Ng nabasag na Santo Niño.
Isang hilera ng mga kuwadro.
Sa mga kuwadro, mga retratong
Ginupit ang mga mukha.
Poster ng sigarilyong
Iniharang sa bútas sa dingding.
Singsing sa banyo.
Mga liham na hinayaang punitin
Ng tubig sa balde.
Mga damit sa tokador at sa ilalim
Ng mga damit, mga hubad na larawan
Ng iisang babae.
Inirolyo at itinaling banig.
Pintong ikinandado gamit ang lubid.
Kurtinang ipinantakip
Sa isang pisngi ng sahig.
Bukás na bintana.
Sa bintana, ang sapot na ikinabit
Sa paso at sa urna ng may-ari.

The Exchange

Night listens.
Stars jot down the words.
Heavens circulate throughout the world
All of our sentences.
Cherubs are sleeping
So you must speak with your lips close
To my ears.
Wrap in wisps of your whisper
The quickening of your pulse.
The staged moon is an assassin's heart.
Position your body close to mine.
The warmth of breath also has something to say.
So is your hand on my shoulder.
Tell me everything you want to say
Before light slips in to silence us.

Ang Pag-uusap

Nakikinig ang magdamag.
Isinusulat ng mga bituin ang mga salita.
Iniiikot ng kalawakan sa daigdig
Ang ating mga pangungusap.
Natutulog ang mga kerubin
Kaya ilapit mo ang mga labi mo
Sa aking tainga.
Ibalot mo sa mga piraso ng bulong
Ang pagbilis ng iyong pulso.
Puso ng asesino ang nakatanghal na buwan.
Ilapit mo sa akin ang iyong katawan.
May isinisiwalat din ang init ng hininga,
Ang pagdantay ng kamay mo sa aking balikat.
Sabihin mo na ang lahat ng masasabi
Bago tayo patahimikin ng liwanag.

Acknowledgements

ILATAG ANG IYONG LIGALIG

www.ingramcontent.com/pod-product-compliance
Lightning Source LLC
Chambersburg PA
CBHW051736040426
42447CB00008B/1158